For Geraldine, Joe, Naomi,
Eddie, Laura and Isaac
M.R.

For Amelia
H.O.

Published by arrangement with
Walker Books Ltd, London
Dual language edition first published 2000
By Mantra
This edition published 2007
Global House, 303 Ballards Lane, London N12 8NP
http://www.mantralingua.com

Printed in Italy

ਅਸੀਂ ਰਿੱਛ ਦੀ ਭਾਲ ਵਿਚ ਜਾ ਰਹੇ ਹਾਂ

We're Going on a Bear Hunt

Retold by

Michael Rosen

Illustrated by

Helen Oxenbury

mantra

ਅਸੀਂ ਰਿੱਛ ਦੀ ਭਾਲ ਵਿਚ ਜਾ ਰਹੇ ਹਾਂ ।
ਅਸੀਂ ਇੱਕ ਵੱਡਾ ਰਿੱਛ ਫੜਾਂਗੇ ।
ਅੱਜ ਕਿੰਨਾ ਸੁੰਦਰ ਦਿਨ ਹੈ !
ਸਾਨੂੰ ਕੋਈ ਡਰ ਨਹੀਂ ।

We're going on a bear hunt.
We're going to catch a big one.
What a beautiful day!
We're not scared.

ਊਹ - ਊਹ ! ਇਥੇ ਬਹੁਤ ਘਾਹ ਏ !
ਲੰਮਾ ਲਹਿਰਾਉਂਦਾ ਘਾਹ ।
ਅਸੀਂ ਇਸ ਦੇ ਉਪਰੋਂ ਨਹੀਂ ਜਾ ਸਕਦੇ ।
ਅਸੀਂ ਇਸ ਦੇ ਹੇਠੋਂ ਵੀ ਨਹੀਂ ਜਾ ਸਕਦੇ ।

Uh-uh! Grass!
Long wavy grass.
We can’t go over it.
We can’t go under it.

ਓਹ ਨਹੀਂ !
ਸਾਨੂੰ ਇਸ ਦੇ ਵਿਚੋਂ ਹੀ ਲੰਘ ਕੇ ਜਾਣਾ ਪਏਗਾ !

Oh no!
We’ve got to go through it!

ਸਵਿਸ਼ੀ ਸਵਾਸ਼ੀ !
ਸਵਿਸ਼ੀ ਸਵਾਸ਼ੀ !
ਸਵਿਸ਼ੀ ਸਵਾਸ਼ੀ !

Swishy swashy!
Swishy swashy!
Swishy swashy!

ਅਸੀਂ ਰਿੱਛ ਦੀ ਭਾਲ ਵਿਚ ਜਾ ਰਹੇ ਹਾਂ ।
ਅਸੀਂ ਇੱਕ ਵੱਡਾ ਰਿੱਛ ਫੜਾਂਗੇ ।
ਅੱਜ ਕਿੰਨਾ ਸੁੰਦਰ ਦਿਨ ਹੈ !
ਸਾਨੂੰ ਕੋਈ ਡਰ ਨਹੀਂ ।

We're going on a bear hunt.
We're going to catch a big one.
What a beautiful day!
We're not scared.

ਊਹ – ਊਹ ! ਇਕ ਦਰਿਆ !
ਇਕ ਡੂੰਘਾ ਠੰਢਾ ਦਰਿਆ ।
ਅਸੀਂ ਇਸ ਦੇ ਉਪਰੋਂ ਨਹੀਂ ਜਾ ਸਕਦੇ
ਅਸੀਂ ਇਸ ਦੇ ਹੇਠੋਂ ਵੀ ਨਹੀਂ ਜਾ ਸਕਦੇ ।

Uh-uh! A river!
A deep cold river.
We can't go over it.
We can't go under it.

ਓਹ ਨਹੀਂ !
ਸਾਨੂੰ ਇਸ ਦੇ ਵਿਚੋਂ ਹੀ ਲੰਘ ਕੇ ਜਾਣਾ ਪਏਗਾ !

Oh no!
We've got to go through it!

ਸਪਲੈਸ਼ ਸਪਲੌਸ਼ !
ਸਪਲੈਸ਼ ਸਪਲੌਸ਼ !
ਸਪਲੈਸ਼ ਸਪਲੌਸ਼ !

Splash splosh!
Splash splosh!
Splash splosh!

ਅਸੀਂ ਰਿੱਛ ਦੀ ਭਾਲ ਵਿਚ ਜਾ ਰਹੇ ਹਾਂ ।
ਅਸੀਂ ਇੱਕ ਵੱਡਾ ਰਿੱਛ ਫੜਾਂਗੇ ।
ਅੱਜ ਕਿੰਨਾ ਸੁੰਦਰ ਦਿਨ ਹੈ !
ਸਾਨੂੰ ਕੋਈ ਡਰ ਨਹੀਂ ।

We're going on a bear hunt.
We're going to catch a big one.
What a beautiful day!
We're not scared.

ਊਹ – ਊਹ ! ਚਿਕੱੜ !
ਗਾੜ੍ਹਾ ਊਜ਼ੀ ਚਿਕੱੜ ।
ਅਸੀਂ ਇਸ ਦੇ ਉਪਰੋਂ ਨਹੀਂ ਜਾ ਸਕਦੇ ।
ਅਸੀਂ ਇਸ ਦੇ ਹੇਠੋਂ ਵੀ ਨਹੀਂ ਜਾ ਸਕਦੇ ।

Uh-uh! Mud!
Thick oozy mud.
We can’t go over it.
We can’t go under it.

Oh no!
We’ve got to go through it!

ਓਹ ਨਹੀਂ !
ਸਾਨੂੰ ਇਸ ਦੇ ਵਿਚੋਂ ਹੀ ਲੰਘ
ਕੇ ਜਾਣਾ ਪਏਗਾ !

ਸਕਵੈਲਚ ਸਕੁਅਰਚ!
ਸਕਵੈਲਚ ਸਕੁਅਰਚ!
ਸਕਵੈਲਚ ਸਕੁਅਰਚ!

Squelch squerch!
Squelch squerch!
Squelch squerch!

ਅਸੀਂ ਰਿੱਛ ਦੀ ਭਾਲ ਵਿਚ ਜਾ ਰਹੇ ਹਾਂ ।
ਅਸੀਂ ਇੱਕ ਵੱਡਾ ਰਿੱਛ ਫੜਾਂਗੇ ।
ਅੱਜ ਕਿੰਨਾ ਸੁੰਦਰ ਦਿਨ ਹੈ !
ਸਾਨੂੰ ਕੋਈ ਡਰ ਨਹੀਂ ।

We're going on a bear hunt.
We're going to catch a big one.
What a beautiful day!
We're not scared.

ਊਹ – ਊਹ ! ਇਕ ਜੰਗਲ !
ਇਕ ਵੱਡਾ ਕਾਲਾ ਜੰਗਲ ।
ਅਸੀਂ ਇਸ ਦੇ ਉਪਰੋਂ ਨਹੀਂ ਜਾ ਸਕਦੇ ।
ਅਸੀਂ ਇਸ ਦੇ ਹੇਠੋਂ ਵੀ ਨਹੀਂ ਜਾ ਸਕਦੇ ।

Uh-uh! A forest!
A big dark forest.
We can't go over it.
We can't go under it.

ਓਹ ਨਹੀਂ !
ਸਾਨੂੰ ਇਸ ਦੇ ਵਿਚੋਂ ਹੀ ਲੰਘ ਕੇ ਜਾਣਾ ਪਏਗਾ !

Oh no!
We've got to go through it!

ਸਟੰਬਲ ਟਰਿਪ !
ਸਟੰਬਲ ਟਰਿਪ !
ਸਟੰਬਲ ਟਰਿਪ !

Stumble trip!
Stumble trip!
Stumble trip!

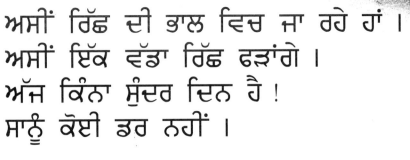

ਅਸੀਂ ਰਿੱਛ ਦੀ ਭਾਲ ਵਿਚ ਜਾ ਰਹੇ ਹਾਂ ।
ਅਸੀਂ ਇੱਕ ਵੱਡਾ ਰਿੱਛ ਫੜਾਂਗੇ ।
ਅੱਜ ਕਿੰਨਾ ਸੁੰਦਰ ਦਿਨ ਹੈ !
ਸਾਨੂੰ ਕੋਈ ਡਰ ਨਹੀਂ ।

We're going on a bear hunt.
We're going to catch a big one.
What a beautiful day!
We're not scared.

ਊਹ - ਊਹ ! ਬਰਫ਼ ਦਾ ਤੂਫਾਨ !
ਘੁੰਮਣ - ਘੇਰੀ ਵਾਲਾ ਤੂਫ਼ਾਨ ।
ਅਸੀਂ ਇਸ ਦੇ ਉਪਰੋਂ ਨਹੀਂ ਜਾ ਸਕਦੇ ।
ਅਸੀਂ ਇਸ ਦੇ ਹੇਠੋਂ ਵੀ ਨਹੀਂ ਜਾ ਸਕਦੇ ।

Uh-uh! A snowstorm!
A swirling whirling snowstorm.
We can’t go over it.
We can’t go under it.

ਓਹ ਨਹੀਂ !
ਸਾਨੂੰ ਇਸ ਦੇ ਵਿਚੋਂ ਹੀ ਲੰਘ ਕੇ ਜਾਣਾ ਪਏਗਾ !

Oh no!
We’ve got to go through it!

ਹੂ ਵੂ !
ਹੂ ਵੂ !
ਹੂ ਵੂ !

Hoooo woooo!
Hoooo woooo!
Hoooo woooo!

ਅਸੀਂ ਰਿੱਛ ਦੀ ਭਾਲ ਵਿਚ ਜਾ ਰਹੇ ਹਾਂ ।
ਅਸੀਂ ਇੱਕ ਵੱਡਾ ਰਿੱਛ ਫੜਾਂਗੇ ।
ਅੱਜ ਕਿੰਨਾ ਸੁੰਦਰ ਦਿਨ ਹੈ !
ਸਾਨੂੰ ਕੋਈ ਡਰ ਨਹੀਂ ।

We're going on a bear hunt.
We're going to catch a big one.
What a beautiful day!
We're not scared.

ਊਹ – ਊਹ ! ਇਕ ਗੁਫ਼ਾ !
ਇਕ ਤੰਗ ਹਨੇਰੀ ਗੁਫ਼ਾ ।
ਅਸੀਂ ਇਸ ਦੇ ਉਪਰੋਂ ਨਹੀਂ ਜਾ ਸਕਦੇ ।
ਅਸੀਂ ਇਸ ਦੇ ਹੇਠੋਂ ਵੀ ਨਹੀਂ ਜਾ ਸਕਦੇ ।

Uh-uh! A cave!
A narrow gloomy cave.
We can't go over it.
We can't go under it.

ਓਹ ਨਹੀਂ !
ਸਾਨੂੰ ਇਸ ਦੇ ਵਿਚੋਂ ਹੀ ਲੰਘ
ਕੇ ਜਾਣਾ ਪਏਗਾ !

Oh no!
We've got to go through it!

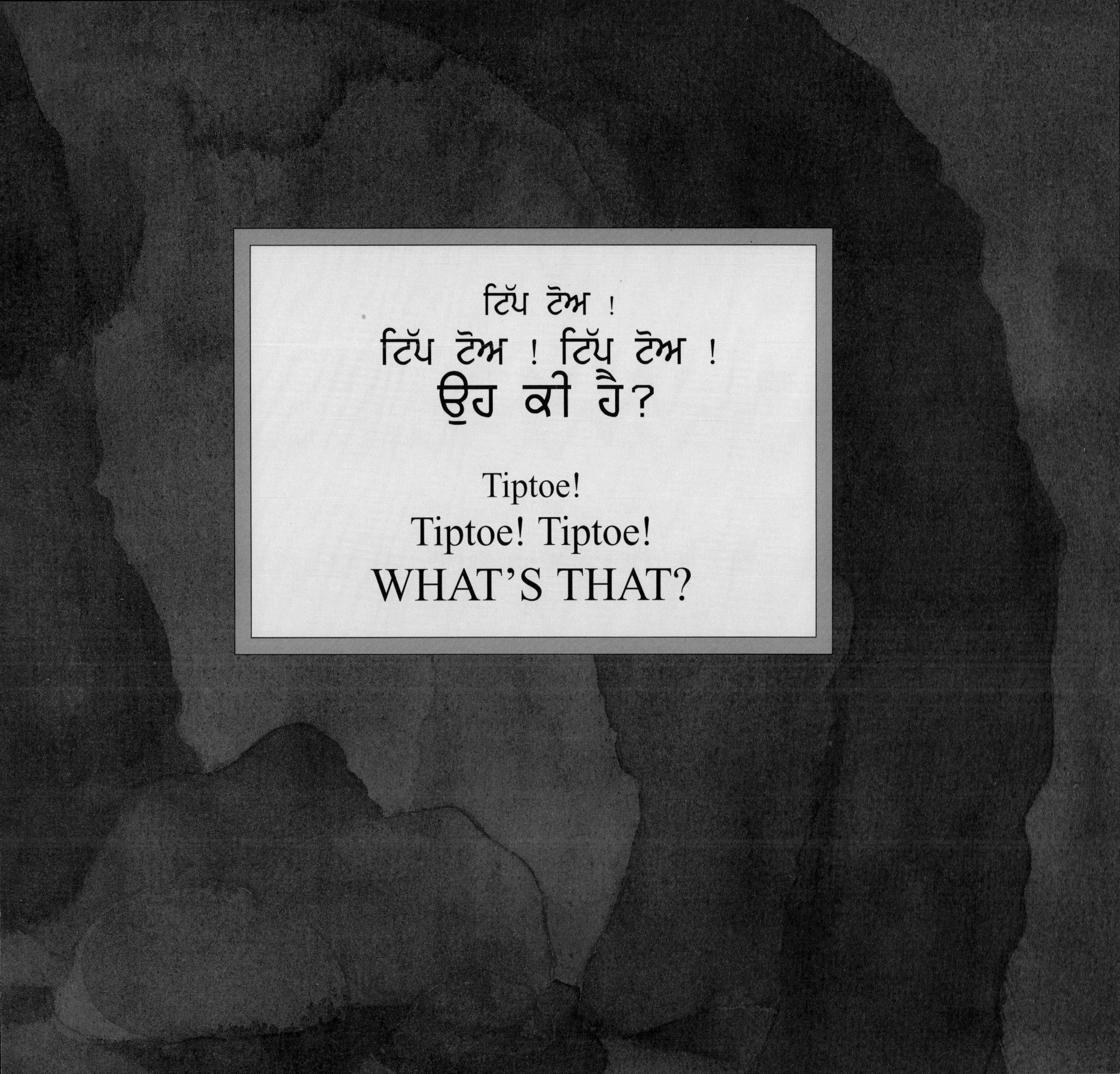

ਟਿੱਪ ਟੋਅ !
ਟਿੱਪ ਟੋਅ ! ਟਿੱਪ ਟੋਅ !
ਉਹ ਕੀ ਹੈ?

Tiptoe!
Tiptoe! Tiptoe!
WHAT'S THAT?

ਇਕ ਚਮਕੀਲਾ ਗਿੱਲਾ ਨੱਕ !

ਦੋ ਵੱਡੇ ਵਾਲਾਂ ਦੇ ਭਰੇ ਕੰਨ !

ਦੋ ਵੱਡੀਆਂ ਗੋਲ ਗੋਲ ਅੱਖਾਂ !

ਇਹ ਤੇ ਇਕ ਰਿੱਛ ਹੈ ! ! ! !

One shiny wet nose!

Two big furry ears!

Two big goggly eyes!

IT'S A BEAR!!!!

ਜਲਦੀ ! ਵਾਪਿਸ ਚਲੋ, ਗੁਫ਼ਾ ਵਿਚੋਂ ਲੰਘ ਕੇ ! ਟਿੱਪ ਟੋਅ ! ਟਿੱਪ ਟੋਅ ! ਟਿੱਪ ਟੋਅ !

Quick! Back through the cave! Tiptoe! Tiptoe! Tiptoe!

ਵਾਪਿਸ ਬਰਫ ਦੇ ਤੂਫ਼ਾਨ ਵਿਚੋਂ ਹੀ ! ਹੂ ਵੂ ! ਹੂ ਵੂ !

Back through the snowstorm! Hoooo woooooo! Hoooo woooooo!

ਵਾਪਿਸ ਜੰਗਲ ਦੇ ਵਿਚੋਂ ਹੀ ! ਸਟੰਬਲ ਟਰਿਪ ! ਸਟੰਬਲ ਟਰਿਪ ! ਸਟੰਬਲ ਟਰਿਪ !

Back through the forest! Stumble trip! Stumble trip! Stumble trip!

ਵਾਪਿਸ ਚਿੱਕੜ ਵਿਚੋਂ ਹੀ ! ਸਕਵੈਲਚ ਸਕੁਅਰਚ ! ਸਕਵੈਲਚ ਸਕੁਅਰਚ !

Back through the mud! Squelch squerch! Squelch squerch!

ਵਾਪਿਸ ਦਰਿਆ ਦੇ ਵਿਚੋਂ ਹੀ ! ਸਪਲੈਸ਼ ਸਪਲੌਸ਼ ! ਸਪਲੈਸ਼ ਸਪਲੌਸ਼ ! ਸਪਲੈਸ਼ ਸਪਲੌਸ਼ !

Back through the river! Splash splosh! Splash splosh! Splash splosh!

ਵਾਪਿਸ ਘਾਹ ਵਿਚੋਂ ਹੀ ! ਸਵਿਸ਼ੀ ਸਵਾਸ਼ੀ ! ਸਵਿਸ਼ੀ ਸਵਾਸ਼ੀ !

Back through the grass! Swishy swashy! Swishy swashy!

ਸਾਹਮਣੇ ਦਰਵਾਜ਼ੇ ਪਹੁੰਚੋ ।
ਦਰਵਾਜ਼ਾ ਖੋਲ੍ਹੋ ! ਪੋੜ੍ਹੀਆਂ ਦੇ ਉਪਰ
ਚੋੜ੍ਹ ਜਾਓ ।

Get to our front door.
Open the door. Up the stairs.

ਓਹ ਨਹੀਂ! ਅਸੀਂ ਪਹਿਲਾਂ ਦਰਵਾਜ਼ਾ
ਬੰਦ ਕਰਨਾ ਭੁਲ ਗਏ !
ਹੇਠਾਂ ਵਾਪਿਸ ਚਲੋ ।

Oh no! We forgot to shut the front door.
Back downstairs.

ਦਰਵਾਜ਼ਾ ਬੰਦ ਕਰੋ । ਵਾਪਿਸ ਉਪਰ ਚਲੋ ।
ਬੈਡ ਰੂਮ ਵਿਚ ।

Shut the door. Back upstairs.
Into the bedroom.

ਮੰਜੇ ਵਿਚ ।
ਰਜ਼ਾਈਆਂ ਦੇ ਹੇਠਾਂ ।

Into bed.
Under the covers.

ਅਸੀਂ ਰਿੱਛ ਦੀ ਭਾਲ ਵਿਚ ਹੁਣ ਕੱਦੀ ਵੀ ਨਹੀਂ ਜਾਵਾਂਗੇ ।

We're not going on a bear hunt again.